Creating a Happy and Productive Work Environment
సంతోషకర

Sivasankar

Copyright © [2023]
Title: Creating a Happy and Productive Work Environment
Author's: **Sivasankar**

All rights reserved. No part of this publication may be reproduced, stored in a retrieval system, or transmitted in any form or by any means, electronic, mechanical, photocopying, recording, or otherwise, without the prior written permission of the publisher or author, except in the case of brief quotations embodied in critical reviews and certain other non-commercial uses permitted by copyright law.

This book was printed and published by [Publisher's: **Sivasankar**] in [2023]

ISBN:

TABLE OF CONTENT

Chapter 1: Introduction   09

The importance of happiness and productivity in the workplace

The impact of workplace environment on employees' well-being and performance

Challenges to creating a happy and productive work environment

The benefits of investing in employee happiness and productivity

Overview of the book's structure

Chapter 2: The Foundations of a Happy and Productive Workplace   19

Defining happiness and productivity in the context of work

Understanding the psychological needs of employees

The role of intrinsic motivation and job satisfaction

Building trust and psychological safety

Fostering a positive work culture

Chapter 3: Building a Happy and Productive Workplace Culture 28

- Creating a sense of belonging and community
- Encouraging collaboration and teamwork
- Promoting open communication and feedback
- Recognizing and rewarding employee contributions
- Celebrating successes and milestones
- Addressing conflict constructively

Chapter 4: Leading for Happiness and Productivity 40

- The role of leaders in creating a positive work environment
- Effective leadership styles for fostering employee engagement
- Empowering employees and providing autonomy
- Coaching and mentoring employees for growth and development
- Facilitating learning and development opportunities

# Chapter 5: Sustaining a Happy and Productive Work Environment					50

Measuring and tracking employee happiness and productivity

Continuously improving the work environment through feedback and iteration

Addressing challenges and obstacles to maintaining a positive workplace

Building resilience and coping mechanisms for employees

Adapting to changing circumstances and future trends

విషయ సూచిక

అధ్యాయం 1: పరిచయం

- పని ప్రదేశంలో సంతోషం మరియు ఉత్పాదకత యొక్క ప్రాముఖ్యత
- పని వాతావరణం ఉద్యోగుల శ్రేయస్సు మరియు పనితీరుపై ప్రభావం
- సంతోషకరమైన మరియు ఉత్పాదక పని వాతావరణాన్ని సృష్టించడానికి ఉన్న సవాళ్లు
- ఉద్యోగుల సంతోషం మరియు ఉత్పాదకతలో పెట్టుబడి పెట్టడం యొక్క ప్రయోజనాలు
- పుస్తకం యొక్క నిర్మాణం యొక్క సమీక్ష

అధ్యాయం 2: సంతోషకరమైన మరియు ఉత్పాదక పని ప్రదేశానికి పునాదులు

- పని అనే సందర్భంలో సంతోషం మరియు ఉత్పాదకతను నిర్వచించడం
- ఉద్యోగుల మానసిక అవసరాలను అర్థం చేసుకోవడం
- అంతర్గత ప్రేరణ మరియు ఉద్యోగ సంతృప్తి పాత్ర
- విశ్వాసం మరియు మానసిక భద్రతను పెంపొందించడం
- సానుకూల పని సంస్కృతిని పెంపొందించడం

అధ్యాయం 3: సంతోషకరమైన మరియు ఉత్పాదక పని సంస్కృతిని నిర్మించడం

చెందిన భావన మరియు సమాజాన్ని సృష్టించడం

సహకారం మరియు టీమ్‌వర్క్‌ను ప్రోత్సహించడం

బహిరంగ కమ్యూనికేషన్ మరియు ఫీడ్‌బ్యాక్‌ను ప్రోత్సహించడం

ఉద్యోగి యొక్క योग◌ాలను గుర్తించడం మరియు రివార్డ్ చేయడం

విజయాలు మరియు మైలురాయిలను జరుపుకోవడం

వివాదాలను సృజనాత్మకంగా పరిష్కరించడం

అధ్యాయం 4: సంతోషం మరియు ఉత్పాదకత కోసం నాయకత్వం

సానుకూల పని వాతావరణాన్ని సృష్టించడంలో నాయకుల పాత్ర

ఉద్యోగి నిశ్చితార్థాన్ని పెంపొందించడానికి ప్రభావవంతమైన నాయకత్వ శైలులు

ఉద్యోగులకు సాధికారత కల్పించడం మరియు స్వయంప్రతిపత్తిని అందించడం

వృద్ధి మరియు అభివృద్ధి కోసం ఉద్యోగులకు శిక్షణ మరియు మార్గదర్శకత్వం

అభ్యాసం మరియు అభివృద్ధి అవకాశాలను సులభతరం చేయడం

అధ్యాయం 5: సంతోషకరమైన మరియు ఉత్పాదక పని వాతావరణాన్ని నిలబెట్టుకోవడం

- ఉద్యోగి సంతోషం మరియు ఉత్పాదకతను కొలవడం మరియు ట్రాక్ చేయడం
- ఫీడ్‌బ్యాక్ మరియు పునరావృతం ద్వారా పని వాతావరణాన్ని నిరంతరం మెరుగుపరచడం
- సానుకూల పని ప్రదేశాన్ని నిర్వహించడానికి ఉన్న సవాళ్లు మరియు అడ్డంకులను పరిష్కరించడం
- ఉద్యోగుల పెరుగుదల మరియు అభివృద్ధి కోసం కోచింగ్ మరియు మెంటార్‌షిప్
- వ్యక్తిగత అభ్యాసం మరియు అభివృద్ధి అవకాశాలను సులభతరం చేయడం

Chapter 1: Introduction

అధ్యాయం 1: పరిచయం

పని ప్రదేశంలో సంతోషం మరియు ఉత్పాదకత యొక్క ప్రాముఖ్యత

పని ప్రదేశంలో సంతోషం మరియు ఉత్పాదకత అనేవి ఒకదానితో ఒకటి అవినాభావంగా ముడిపడి ఉన్న రెండు అంశాలు. సంతోషంగా ఉన్న ఉద్యోగులు ఉత్పాదకంగా ఉంటారు మరియు సంతోషంగా లేని ఉద్యోగులు ఉత్పాదకంగా ఉండరు.

సంతోషంగా ఉన్న ఉద్యోగులు తమ పనిలో మరింత నిమగ్నమవుతారు, తమ పనిని మరింత బాగా చేస్తారు మరియు తమ కంపెనీకి మరింత విలువను అందిస్తారు. వారు తమ పనిలో మరింత సృజనాత్మకంగా మరియు ఆవిష్కరణాత్మకంగా ఉంటారు మరియు కొత్త ఆలోచనలు మరియు పరిష్కారాలను అందిస్తారు. వారు తమ సహోద్యోగులతో మరింత బాగా కలిసి పని చేస్తారు మరియు మంచి సహకార వాతావరణాన్ని సృష్టిస్తారు.

సంతోషంగా లేని ఉద్యోగులు తమ పనిలో తక్కువ నిమగ్నమవుతారు, తమ పనిని తక్కువ బాగా చేస్తారు మరియు తమ కంపెనీకి తక్కువ విలువను అందిస్తారు. వారు తమ పనిలో మరింత తక్కువ సృజనాత్మకంగా మరియు ఆవిష్కరణాత్మకంగా ఉంటారు మరియు కొత్త ఆలోచనలు మరియు పరిష్కారాలను అందించడానికి ఇష్టపడరు. వారు తమ సహోద్యోగులతో మరింత తక్కువ బాగా కలిసి పని చేస్తారు మరియు నెగటివ్ వాతావరణాన్ని సృష్టిస్తారు.

పని ప్రదేశంలో సంతోషం మరియు ఉత్పాదకతను పెంచడానికి కంపెనీలు తీసుకోగల కొన్ని చర్యలు ఇక్కడ ఉన్నాయి:

- ఉద్యోగులకు వారి పనిలో అర్థం మరియు ప్రయోజనాన్ని కనుగొనడంలో సహాయం చేయండి. ఉద్యోగులు తమ పనికి ఒక ఉద్దేశ్యం మరియు ప్రయోజనాన్ని చూస్తే, వారు మరింత సంతోషంగా ఉంటారు మరియు తమ పనిని మరింత బాగా చేస్తారు.
- ఉద్యోగులకు వారి సామర్థ్యాలను అభివృద్ధి చేయడానికి మరియు పురోగతి సాధించడానికి అవకాశాలను అందించండి. ఉద్యోగులు తమ సామర్థ్యాలను అభివృద్ధి చేయడానికి మరియు పురోగతి సాధించడానికి అవకాశాలను పొందితే, వారు మరింత సంతోషంగా ఉంటారు మరియు తమ కంపెనీకి మరింత విలువను అందిస్తారు.
- ఉద్యోగులకు మద్దతు మరియు గుర్తింపును అందించండి. ఉద్యోగులు వారి పనికి మద్దతు మరియు గుర్తింపును పొందితే, వారు మరింత సంతోషంగా ఉంటారు మరియు తమ పనిలో మరింత సమర్థవంతంగా ఉంటారు.
- ఉద్యోగులకు సమతుల్య జీవితాన్ని గడపడానికి అవకాశాలను అందించండి.

పని వాతావరణం ఉద్యోగుల శ్రేయస్సు మరియు పనితీరుపై ప్రభావం

పని వాతావరణం అనేది ఒక సంస్థలో పనిచేసే ప్రదేశం మరియు సమయంలో ఉద్యోగులను చుట్టుముట్టే వాతావరణం. ఇది ఉద్యోగుల మధ్య సంబంధాలు, వారు పనిచేసే పరిసరాలు మరియు సంస్థ యొక్క నిర్వాహణ శైలి వంటి అనేక అంశాలచే ప్రభావితమవుతుంది.

పని వాతావరణం ఉద్యోగుల శ్రేయస్సు మరియు పనితీరుపై గణనీయమైన ప్రభావాన్ని చూపుతుంది. మంచి పని వాతావరణం ఉద్యోగులను సంతోషంగా, ఉత్పాదకంగా మరియు నిమగ్నమైనట్లు అనుభవించేలా చేస్తుంది. ఇది ఉద్యోగులకు తమ పనిలో అర్థం మరియు ప్రయోజనాన్ని కనుగొనడంలో సహాయపడుతుంది, ఇది వారి ఉత్పాదకతను మరింత పెంచుతుంది.

మరోవైపు, చెడు పని వాతావరణం ఉద్యోగులను నిరాశపరుస్తుంది, ఒత్తిడికి గురి చేస్తుంది మరియు నిరుత్సాహపరుస్తుంది. ఇది ఉద్యోగులకు తమ పనిలో అర్థం మరియు ప్రయోజనాన్ని కనుగొనడం కష్టతరం చేస్తుంది, ఇది వారి ఉత్పాదకతను తగ్గిస్తుంది.

పని వాతావరణం ఉద్యోగుల శ్రేయస్సు మరియు పనితీరుపై కొన్ని నిర్దిష్ట ప్రభావాలు ఇక్కడ ఉన్నాయి:

సంతోషం మరియు ఉత్పాదకత: మంచి పని వాతావరణం ఉన్న సంస్థల్లో ఉద్యోగులు మరింత సంతోషంగా మరియు ఉత్పాదకంగా ఉంటారు.

- సృజనాత్మకత మరియు ఆవిష్కరణ: మంచి పని వాతావరణం ఉద్యోగులను మరింత సృజనాత్మకంగా మరియు ఆవిష్కరణాత్మకంగా ఉండేలా ప్రోత్సహిస్తుంది.

- సహకారం మరియు సహకారం: మంచి పని వాతావరణం ఉద్యోగుల మధ్య మంచి సహకారం మరియు సహకారాన్ని ప్రోత్సహిస్తుంది.

- నిమగ్నత: మంచి పని వాతావరణం ఉద్యోగులను తమ పనిలో మరింత నిమగ్నమవుతుంది.

- తిరస్కరణ: చెడు పని వాతావరణం ఉద్యోగులను తమ పనిలో తిరస్కరించబడినట్లు లేదా విలువైనది కాదని అనుభవించేలా చేస్తుంది.

- ఒత్తిడి మరియు నిరాశ: చెడు పని వాతావరణం ఉద్యోగులను ఒత్తిడికి గురి చేస్తుంది మరియు నిరాశపరుస్తుంది.

- ఉత్పాదకతలో తగ్గుదల: చెడు పని వాతావరణం ఉద్యోగుల ఉత్పాదకతను తగ్గిస్తుంది.

- సమస్యలు: చెడు పని వాతావరణం ఉద్యోగుల మధ్య సమస్యలను కలిగిస్తుంది, ఇది సంస్థ యొక్క పనితీరును ప్రభావితం చేస్తుంది.

సంతోషకరమైన మరియు ఉత్పాదక పని వాతావరణాన్ని సృష్టించడానికి ఉన్న సవాళ్లు

సంతోషకరమైన మరియు ఉత్పాదక పని వాతావరణాన్ని సృష్టించడం అనేది ప్రతి సంస్థ యొక్క లక్ష్యం. అయితే, ఇది సులభం కాదు మరియు అనేక సవాళ్లను ఎదుర్కొంటుంది.

సంతోషకరమైన మరియు ఉత్పాదక పని వాతావరణాన్ని సృష్టించడానికి ఉన్న కొన్ని ప్రధాన సవాళ్లు ఇక్కడ ఉన్నాయి:

సంస్కృతి మరియు విలువలను సృష్టించడం: సంతోషకరమైన మరియు ఉత్పాదక పని వాతావరణం సృష్టించడానికి, సంస్థలు తమ సంస్కృతి మరియు విలువలను స్పష్టంగా నిర్వచించాలి. ఈ విలువలు ఉద్యోగులకు సంతోషంగా మరియు ఉత్పాదకంగా ఉండటానికి అవసరమైన మద్దతు మరియు అవకాశాలను అందించాలి.

నిర్వహణ శైలి: నిర్వహణ శైలి కూడా సంస్థ యొక్క పని వాతావరణాన్ని ప్రభావితం చేస్తుంది. సహకరణ మరియు సహకారాన్ని ప్రోత్సహించే నిర్వహణ శైలి సంతోషకరమైన మరియు ఉత్పాదక పని వాతావరణానికి దారితీస్తుంది.

ఉద్యోగుల అవసరాలను అర్థం చేసుకోవడం: సంతోషకరమైన మరియు ఉత్పాదక పని వాతావరణాన్ని సృష్టించడానికి, సంస్థలు తమ ఉద్యోగుల అవసరాలను అర్థం చేసుకోవాలి. ఉద్యోగులు మద్దతు, గుర్తింపు మరియు అభివృద్ధి అవకాశాలను కోరుకుంటారు.

మార్పును నిర్వహించడం: మార్పు సంస్థలకు ఒక పెద్ద సవాళ్లు. మార్పును సమర్థవంతంగా నిర్వహించడానికి, సంస్థలు ఉద్యోగులకు మద్దతు మరియు సమాచారాన్ని అందించాలి.

ఈ సవాళ్లను అధిగమించడానికి, సంస్థలు క్రింది దశలను తీసుకోవాలి:

- సంస్కృతి మరియు విలువలను అభివృద్ధి చేయడానికి ఉద్యోగులతో పని చేయండి.
- సహకరణ మరియు సహకారాన్ని ప్రోత్సహించే నిర్వహణ శైలిని అభివృద్ధి చేయండి.
- ఉద్యోగుల అవసరాలను అర్థం చేసుకోవడానికి సర్వేలు మరియు ఇంటర్వ్యూలను నిర్వహించండి.
- మార్పును నిర్వహించడానికి ఉద్యోగులకు మద్దతు మరియు సమాచారాన్ని అందించండి.

ఉద్యోగుల సంతోషం మరియు ఉత్పాదకతలో పెట్టుబడి పెట్టడం యొక్క ప్రయోజనాలు

ఉద్యోగుల సంతోషం మరియు ఉత్పాదకత అనేవి ఒకదానితో ఒకటి అవినాభావంగా ముడిపడి ఉన్న రెండు అంశాలు. సంతోషంగా ఉన్న ఉద్యోగులు ఉత్పాదకంగా ఉంటారు మరియు సంతోషంగా లేని ఉద్యోగులు ఉత్పాదకంగా ఉండరు.

ఉద్యోగుల సంతోషం మరియు ఉత్పాదకతలో పెట్టుబడి పెట్టడం వల్ల అనేక ప్రయోజనాలు ఉన్నాయి. కొన్ని ప్రధాన ప్రయోజనాలు ఇక్కడ ఉన్నాయి:

ఉత్పత్తి మరియు సేవల నాణ్యతలో పెరుగుదల: సంతోషంగా ఉన్న ఉద్యోగులు తమ పనిలో మరింత నిమగ్నమవుతారు మరియు మరింత సృజనాత్మకంగా ఉంటారు. ఇది ఉత్పత్తి మరియు సేవల నాణ్యతలో పెరుగుదలకు దారితీస్తుంది.

ఉద్యోగదారు నిలుపుదల మరియు సామర్థ్యాల పెరుగుదల: సంతోషంగా ఉన్న ఉద్యోగులు తమ కంపెనీలో ఉండటానికి మరింత అవకాశం ఉంది. వారు కూడా తమ నైపుణ్యాలను మరియు సామర్థ్యాలను మెరుగుపరచడానికి మరింత అవకాశం ఉంది.

కంపెనీ యొక్క మొత్తం పనితీరులో పెరుగుదల: సంతోషంగా ఉన్న ఉద్యోగులు తమ కంపెనీ యొక్క విజయానికి మరింత కృషి చేస్తారు. ఇది కంపెనీ యొక్క మొత్తం పనితీరులో పెరుగుదలకు దారితీస్తుంది.

ఉద్యోగుల సంతోషం మరియు ఉత్పాదకతను పెంచడానికి కంపెనీలు తీసుకోగల కొన్ని చర్యలు ఇక్కడ ఉన్నాయి:

- ఉద్యోగులకు వారి పనిలో అర్థం మరియు ప్రయోజనాన్ని కనుగొనడంలో సహాయం చేయండి.
- ఉద్యోగులకు వారి సామర్థ్యాలను అభివృద్ధి చేయడానికి మరియు పురోగతి సాధించడానికి అవకాశాలను అందించండి.
- ఉద్యోగులకు మద్దతు మరియు గుర్తింపును అందించండి.
- ఉద్యోగులకు సమతుల్య జీవితాన్ని గడపడానికి అవకాశాలను అందించండి.

పుస్తకం యొక్క నిర్మాణం యొక్క సమీక్ష

పుస్తకం యొక్క నిర్మాణం అనేది పుస్తకం యొక్క భాగాలు ఎలా అమర్చబడి ఉన్నాయి మరియు అవి ఎలా కలిసి పని చేస్తాయి అనే దాని గురించి. పుస్తకం యొక్క నిర్మాణం పుస్తకం యొక్క ప్రాముఖ్యత, దాని శైలి మరియు దాని లక్ష్య ప్రేక్షకులను ప్రభావితం చేస్తుంది.

పుస్తకం యొక్క నిర్మాణం యొక్క కొన్ని ముఖ్యమైన అంశాలు ఇక్కడ ఉన్నాయి:

కథనం: కథనం అనేది పుస్తకం యొక్క కథను ఎలా చెబుతుందో. కథనం యొక్క శైలి పుస్తకం యొక్క టోన్ మరియు థీమ్‌ను సెట్ చేస్తుంది.

అధ్యాయాలు: అధ్యాయాలు పుస్తకాన్ని చిన్న, మరింత నిర్వహించగలిగే భాగాలుగా విభజిస్తాయి. అధ్యాయాల పరిమాణం మరియు పొడవు పుస్తకం యొక్క కథనం మరియు దాని లక్ష్య ప్రేక్షకులను ప్రభావితం చేస్తుంది.

శీర్షికలు మరియు అధ్యాయం శీర్షికలు: శీర్షికలు మరియు అధ్యాయం శీర్షికలు పుస్తకం యొక్క ప్రాముఖ్యత మరియు దాని కథనాన్ని సెట్ చేస్తాయి.

పేజీ రూపకల్పన: పేజీ రూపకల్పన పుస్తకం యొక్క సౌందర్యాన్ని మరియు పాఠ్యం యొక్క చదవడాన్ని సులభతరం చేస్తుంది.

పుస్తకం యొక్క నిర్మాణం యొక్క సమీక్షలో, ఈ అంశాలన్నీ పరిగణనలోకి తీసుకోవాలి. సమీక్షకుడు పుస్తకం యొక్క నిర్మాణం యొక్క ప్రభావాన్ని దాని ప్రాముఖ్యత, దాని శైలి మరియు దాని లక్ష్య ప్రేక్షకులపై పరిశీలించాలి.

పుస్తకం యొక్క నిర్మాణం యొక్క సమీక్షలో ఉపయోగించగల కొన్ని ప్రశ్నలు ఇక్కడ ఉన్నాయి:

- కథనం ఎలా ఉంది?
- అధ్యాయాలు సరైన పరిమాణంలో ఉన్నాయా?
- శీర్షికలు మరియు అధ్యాయం శీర్షికలు సహాయకరంగా ఉన్నాయా?
- పేజీ రూపకల్పన ఆహ్లాదకరంగా మరియు చదవడానికి సులభంగా ఉంది?

Chapter 2: The Foundations of a Happy and Productive Workplace

అధ్యాయం 2: సంతోషకరమైన మరియు ఉత్పాదక పని ప్రదేశానికి పునాదులు

పని అనే సందర్భంలో సంతోషం మరియు ఉత్పాదకతను నిర్వచించడం

పని అనేది మన జీవితంలో ఒక ముఖ్యమైన భాగం. ఇది మనకు ఆర్థిక మద్దతును అందిస్తుంది, మనకు సామాజికీకరణ మరియు సామర్థ్యాల అభివృద్ధికి అవకాశాన్ని అందిస్తుంది మరియు మన జీవితానికి అర్థాన్ని ఇస్తుంది.

పనిలో సంతోషం మరియు ఉత్పాదకత అనేవి రెండు ముఖ్యమైన అంశాలు. సంతోషంగా ఉన్న ఉద్యోగులు ఉత్పాదకంగా ఉంటారు, మరియు ఉత్పాదకంగా ఉన్న ఉద్యోగులు సంతోషంగా ఉంటారు.

పనిలో సంతోషం

పనిలో సంతోషం అనేది ఉద్యోగం గురించి సానుకూలంగా భావించే అనుభూతి. ఇది ఉద్యోగం యొక్క స్వభావం, ఉద్యోగ ప్రదేశం మరియు ఉద్యోగి యొక్క నిర్దిష్ట అవసరాలు మరియు ఆకాంక్షలపై ఆధారపడి ఉంటుంది.

పనిలో సంతోషానికి కొన్ని కారణాలు ఇక్కడ ఉన్నాయి:

ఉద్యోగం ఆసక్తికరంగా మరియు శ్రేయస్సు కలిగించేది.

- ఉద్యోగి తన పనిలో అర్థం మరియు ప్రయోజనాన్ని కనుగొంటాడు.
- ఉద్యోగి తన సహోద్యోగులతో మంచి సంబంధాలను కలిగి ఉంటాడు.
- ఉద్యోగి తన పనిలో విజయం సాధించగలడు.

పనిలో ఉత్పాదకత

పనిలో ఉత్పాదకత అనేది ఉద్యోగి తన పనిని ఎంత మంచిగా మరియు సమర్థవంతంగా చేస్తాడో. ఇది ఉద్యోగి యొక్క నైపుణ్యాలు మరియు సామర్థ్యాలు, ఉద్యోగం యొక్క అవసరాలు మరియు ఉద్యోగ ప్రదేశం యొక్క వాతావరణంపై ఆధారపడి ఉంటుంది.

పనిలో ఉత్పాదకతకు కొన్ని కారణాలు ఇక్కడ ఉన్నాయి:

- ఉద్యోగి తన పనిలో ఆసక్తి కలిగి ఉంటాడు మరియు అర్థం కనుగొంటాడు.
- ఉద్యోగి తన పనిలో సమర్థవంతంగా ఉండటానికి అవసరమైన నైపుణ్యాలు మరియు సామర్థ్యాలను కలిగి ఉంటాడు.
- ఉద్యోగి తన పనిలో విజయం సాధించడానికి ప్రోత్సహించబడుతాడు.
- ఉద్యోగ ప్రదేశం ఉత్పాదకతను ప్రోత్సహించే వాతావరణాన్ని కలిగి ఉంటుంది.

ఉద్యోగుల మానసిక అవసరాలను అర్థం చేసుకోవడం

ఉద్యోగుల మానసిక అవసరాలను అర్థం చేసుకోవడం అనేది సంస్థలకు ప్రయోజనం చేకూర్చే ఒక ముఖ్యమైన అంశం. ఉద్యోగుల మానసిక అవసరాలు తీరకపోతే, అది వారి సంతోషం, ఉత్పాదకత మరియు నిబద్ధతను ప్రభావితం చేయవచ్చు.

ఉద్యోగుల మానసిక అవసరాలు వ్యక్తిగతంగా మారుతూ ఉంటాయి, కానీ కొన్ని సాధారణ అవసరాలు ఇక్కడ ఉన్నాయి:

అర్థం: ఉద్యోగులు తమ పనిలో అర్థం మరియు ప్రయోజనాన్ని కనుగొనాలనుకుంటారు.

స్వీయ-సాక్షాత్కారం: ఉద్యోగులు తమ నైపుణ్యాలు మరియు సామర్థ్యాలను ఉపయోగించి విజయం సాధించాలనుకుంటారు.

సంబంధాలు: ఉద్యోగులు తమ సహోద్యోగులతో మరియు నిర్వాహకులతో మంచి సంబంధాలను కలిగి ఉండాలనుకుంటారు.

స్వీయ-నియంత్రణ: ఉద్యోగులు తమ పనిని ఎలా చేయాలో ఎంచుకోవాలనుకుంటారు.

సురక్షితమైన మరియు మద్దతు ఇచ్చే వాతావరణం: ఉద్యోగులు తమ పనిలో సురక్షితంగా మరియు మద్దతు ఇచ్చే వాతావరణంలో ఉండాలనుకుంటారు.

ఉద్యోగుల మానసిక అవసరాలను అర్థం చేసుకోవడానికి, సంస్థలు క్రింది వాటిని చేయవచ్చు:

- ఉద్యోగుల నుండి అభిప్రాయాన్ని సేకరించండి. ఉద్యోగులకు తమ అవసరాలు మరియు ఆందోళనల గురించి మాట్లాడటానికి ఒక మార్గాన్ని అందించడం ద్వారా, సంస్థలు వారి అవసరాలను మెరుగ్గా అర్థం చేసుకోవచ్చు.

- ఉద్యోగుల మానసిక ఆరోగ్యంపై పరిశోధన చేయండి. ఉద్యోగుల మానసిక ఆరోగ్యంపై పరిశోధనలు సంస్థలకు వారి ఉద్యోగుల అవసరాలను మెరుగ్గా అర్థం చేసుకోవడానికి సహాయపడతాయి.

- ఉద్యోగుల మానసిక ఆరోగ్యానికి మద్దతు ఇచ్చే విధానాలను అభివృద్ధి చేయండి. ఉద్యోగుల మానసిక ఆరోగ్యానికి మద్దతు ఇచ్చే విధానాలు, ఉదాహరణకు, ఒత్తిడి నిర్వహణ శిక్షణ, ఉద్యోగ సంక్షోభ మద్దతు మరియు మానసిక ఆరోగ్య భీమా, ఉద్యోగుల అవసరాలను తీర్చడంలో సహాయపడతాయి.

అంతర్గత ప్రేరణ మరియు ఉద్యోగ సంతృప్తి పాత్ర

అంతర్గత ప్రేరణ అనేది ఉద్యోగులు తమ పనిని చేయడానికి అనుభవించే అంతర్గత కోరిక. ఇది బయటి పురస్కారాల లేదా శిక్షలపై ఆధారపడదు, కానీ ఉద్యోగి యొక్క స్వంత అవసరాలు మరియు ఆకాంక్షలపై ఆధారపడి ఉంటుంది.

ఉద్యోగ సంతృప్తి అనేది ఉద్యోగులు తమ ఉద్యోగం గురించి ఎలా భావిస్తారో. ఇది ఉద్యోగి యొక్క పనిలో ఆనందం, అర్థం మరియు సానుకూల అనుభవాల స్థాయిని సూచిస్తుంది.

అంతర్గత ప్రేరణ మరియు ఉద్యోగ సంతృప్తి మధ్య ఒక బలమైన సంబంధం ఉంది. అంతర్గతంగా ప్రేరేపించబడిన ఉద్యోగులు తమ పనిలో ఎక్కువ సంతోషంగా ఉంటారు. వారు తమ పనిలో మరింత నిమగ్నమవుతారు మరియు మరింత ఉత్పాదకంగా ఉంటారు.

అంతర్గత ప్రేరణను పెంచడానికి కొన్ని మార్గాలు ఇక్కడ ఉన్నాయి:

ఉద్యోగులకు వారి పనిలో అర్థం మరియు ప్రయోజనాన్ని కనుగొనడానికి అవకాశం ఇవ్వండి.

ఉద్యోగులకు వారి నైపుణ్యాలు మరియు సామర్థ్యాలను ఉపయోగించడానికి అవకాశం ఇవ్వండి.

ఉద్యోగులకు స్వీయ-నియంత్రణ మరియు స్వీయ-నిర్వహణను అనుమతించండి.

ఉద్యోగులకు మద్దతు మరియు గుర్తింపును అందించండి.

విశ్వాసం మరియు మానసిక భద్రతను పెంపొందించడం

విశ్వాసం మరియు మానసిక భద్రత అనేవి ఏదైనా సంబంధంలో ముఖ్యమైన అంశాలు. అవి ఉద్యోగ ప్రదేశంలో కూడా ముఖ్యమైనవి.

విశ్వాసం అనేది ఒకరి పట్ల మరొకరు భావించే ఒక రకమైన నమ్మకం. ఇది ఒకరి మంచి భావం మరియు ఒకరి చర్యలపై ఆధారపడి ఉంటుంది.

మానసిక భద్రత అనేది ఒక వ్యక్తి తనను తాను మరియు తన చుట్టూ ఉన్న ప్రపంచాన్ని భద్రంగా భావించే ఒక స్థితి. ఇది ఒక వ్యక్తి యొక్క స్వీయ-గౌరవం మరియు స్వీయ-విలువపై ఆధారపడి ఉంటుంది.

విశ్వాసం మరియు మానసిక భద్రతను పెంపొందించడానికి కొన్ని మార్గాలు ఇక్కడ ఉన్నాయి:

- సమర్థవంతమైన కమ్యూనికేషన్ను ప్రోత్సహించండి. ఉద్యోగులు ఒకరితో ఒకరు ఖచ్చితంగా మరియు నమ్మదగిన విధంగా కమ్యూనికేట్ చేయగలిగితే, అది విశ్వాసాన్ని పెంచడంలో సహాయపడుతుంది.

- స్పష్టమైన మరియు న్యాయమైన నియమాలు మరియు విధానాలను రూపొందించండి. ఉద్యోగులు సంస్థ నుండి ఏమి ఆశించాలో తెలిస్తే, అది వారిని మరింత సురక్షితంగా భావించేలా చేస్తుంది.

- ఉద్యోగులకు మద్దతు మరియు గుర్తింపును అందించండి. ఉద్యోగులు వారి పనిలో విలువైనవారు మరియు

విలువైనవారని భావిస్తే, అది వారి మానసిక భద్రతను పెంచడంలో సహాయపడుతుంది.

ఒక స్థిరమైన మరియు మద్దతు ఇచ్చే పని వాతావరణాన్ని సృష్టించండి. ఉద్యోగులు వారి పనిలో స్థిరంగా మరియు మద్దతు ఇచ్చే వాతావరణంలో ఉన్నారని భావిస్తే, అది వారి విశ్వాసాన్ని మరియు మానసిక భద్రతను పెంచడంలో సహాయపడుతుంది.

సానుకూల పని సంస్కృతిని పెంపొందించడం

సానుకూల పని సంస్కృతి అనేది ఉద్యోగులు సంతోషంగా, ఉత్పాదకంగా మరియు నిబద్ధతతో ఉండే పని వాతావరణాన్ని సూచిస్తుంది. ఇది ఉద్యోగుల మధ్య సానుకూల సంబంధాలను ప్రోత్సహిస్తుంది మరియు ఉద్యోగులు తమ పనిలో అర్థం మరియు ప్రయోజనాన్ని కనుగొనడానికి అవకాశాన్ని అందిస్తుంది.

సానుకూల పని సంస్కృతిని పెంపొందించడానికి కొన్ని మార్గాలు ఇక్కడ ఉన్నాయి:

- స్పష్టమైన మరియు న్యాయమైన లక్ష్యాలను మరియు నిర్వహణను స్థాపించండి. ఉద్యోగులు తమ పనిలో ఏమి సాధించాలనుకుంటున్నారో తెలిస్తే, అది వారిని మరింత సిద్ధంగా మరియు ఉత్పాదకంగా చేస్తుంది.
- ఉద్యోగులను వినడానికి మరియు వారి అభిప్రాయాలను విలువైనవిగా భావించడానికి సమయం కేటాయించండి. ఉద్యోగులు తమను వినబడుతున్నారని మరియు వారి అభిప్రాయాలు విలువైనవి అని భావిస్తే, అది వారిని మరింత సంతోషంగా మరియు నిబద్ధతతో చేస్తుంది.
- ఉద్యోగులకు మద్దతు మరియు గుర్తింపును అందించండి. ఉద్యోగులు తమ పనిలో విలువైనవారు మరియు విలువైనవారని భావిస్తే, అది వారిని మరింత సంతోషంగా మరియు ఉత్పాదకంగా చేస్తుంది.
- ఒక స్థిరమైన మరియు మద్దతు ఇచ్చే పని వాతావరణాన్ని సృష్టించండి. ఉద్యోగులు వారి పనిలో స్థిరంగా మరియు మద్దతు ఇచ్చే వాతావరణంలో ఉన్నారని భావిస్తే, అది వారి సానుకూల భావోద్వేగాలను పెంచడంలో సహాయపడుతుంది.

సానుకూల పని సంస్కృతిని పెంపొందించడం వల్ల ఉద్యోగులకు అనేక ప్రయోజనాలు ఉంటాయి. ఇది ఉద్యోగుల సంతోషం, ఉత్పాదకత మరియు నిబద్ధతను పెంచడంలో సహాయపడుతుంది. ఇది సంస్థ యొక్క మొత్తం పనితీరును మెరుగుపరచడంలో కూడా సహాయపడుతుంది.

సానుకూల పని సంస్కృతిని పెంపొందించడానికి కొన్ని నిర్దిష్ట ఉదాహరణలు ఇక్కడ ఉన్నాయి:

ఉద్యోగులతో తరచుగా సమావేశాలు నిర్వహించండి మరియు వారి అభిప్రాయాలను తెలుసుకోండి.

ఉద్యోగులకు వృత్తిపరమైన అభివృద్ధి మరియు పెరుగుదలకు అవకాశాలను అందించండి.

ఉద్యోగులకు ఆరోగ్యకరమైన పని-జీవన సమతుల్యతను కలిగి ఉండటానికి అవకాశాలను అందించండి.

ఉద్యోగులకు సహాయం అవసరమైతే మద్దతు ఇవ్వండి.

Chapter 3: Building a Happy and Productive Workplace Culture

అధ్యాయం 3: సంతోషకరమైన మరియు ఉత్పాదక పని సంస్కృతిని నిర్మించడం

సమానత్వం యొక్క భావన మరియు సమాజాన్ని సృష్టించడం

సమానత్వం అనేది అన్ని వ్యక్తులు సమానమైన హక్కులకు మరియు అవకాశాలకు అర్హులని భావించే ఒక ఆలోచన. ఇది వ్యక్తుల మధ్య జాతి, మతం, లింగం, లైంగిక ఆసక్తి, మతం లేదా ఇతర లక్షణాల ఆధారంగా వివక్షను నిరోధిస్తుంది.

సమానత్వం యొక్క భావన అనేది చాలా సంస్కృతులలో మరియు మతాలలో ఒక ముఖ్యమైన ఆలోచన. ఇది అనేక చట్టాల మరియు నిబంధనలలో కూడా ప్రతిబింబిస్తుంది.

సమానత్వం యొక్క భావన ఒక సమాజాన్ని సృష్టించడానికి చాలా ముఖ్యం. ఇది అందరికీ ఒకే అవకాశాలను అందిస్తుంది మరియు అందరికీ విజయం సాధించే సమాన అవకాశాలను అందిస్తుంది.

సమానత్వం యొక్క భావనను ప్రోత్సహించడానికి మరియు సమాజాన్ని సృష్టించడానికి కొన్ని మార్గాలు ఇక్కడ ఉన్నాయి:

- ప్రజలందరికీ ఒకే విధమైన విద్య మరియు వృత్తిపరమైన అవకాశాలను అందించండి.

జాతి, మతం, లింగం లేదా ఇతర లక్షణాల ఆధారంగా వివక్షను నిరోధించే చట్టాలను అమలు చేయండి.

ప్రజలందరికీ సమానమైన ఆరోగ్య సంరక్షణ మరియు సామాజిక భద్రతను అందించండి.

ప్రజలందరికీ సమానమైన రాజకీయ మరియు సామాజిక హక్కులను అందించండి.

సమానత్వం యొక్క భావనను ప్రోత్సహించడం ద్వారా, మనం అందరికీ మరింత న్యాయమైన మరియు సమానమైన సమాజాన్ని సృష్టించవచ్చు.

సమానత్వం యొక్క భావనను ప్రోత్సహించడానికి కొన్ని నిర్దిష్ట ఉదాహరణలు ఇక్కడ ఉన్నాయి:

అన్ని విద్యాసంస్థలు ప్రతిభకు సంబంధం లేకుండా అందరికీ నాణ్యమైన విద్యను అందించాలి.

ప్రభుత్వం ప్రతి ఒక్కరికీ ఉద్యోగ అవకాశాలను సృష్టించడానికి కృషి చేయాలి.

ప్రభుత్వం ప్రతి ఒక్కరికీ ఆరోగ్య సంరక్షణ మరియు సామాజిక భద్రతను అందించడానికి కృషి చేయాలి.

ప్రభుత్వం ప్రతి ఒక్కరికీ సమానమైన రాజకీయ మరియు సామాజిక హక్కులను అందించడానికి కృషి చేయాలి.

సహకారం మరియు టీమ్‌వర్క్‌ను ప్రోత్సహించడం

సహకారం మరియు టీమ్‌వర్క్ అనేవి ఏదైనా సంస్థ లేదా సమాజంలో విజయానికి ముఖ్యమైన అంశాలు. సహకారం అనేది వ్యక్తులు లేదా సమూహాలు కలిసి పనిచేయడం మరియు ఉమ్మడి లక్ష్యాన్ని సాధించడం. టీమ్‌వర్క్ అనేది సహకారం యొక్క ఒక రూపం, ఇక్కడ వ్యక్తులు ఒకే బృందంలో పనిచేస్తారు.

సహకారం మరియు టీమ్‌వర్క్‌ను ప్రోత్సహించడానికి అనేక మార్గాలు ఉన్నాయి. కొన్ని ప్రధాన మార్గాలు ఇక్కడ ఉన్నాయి:

- స్పష్టమైన లక్ష్యాలు మరియు విలువలను స్థాపించండి. ఉమ్మడి లక్ష్యాలను కలిగి ఉన్నప్పుడు, వ్యక్తులు మరియు సమూహాలు కలిసి పనిచేయడానికి మరింత అవకాశం ఉంది.

- సమాచార మరియు సమన్వయాన్ని ప్రోత్సహించండి. వ్యక్తులు ఒకరినొకరు అర్థం చేసుకోవడానికి మరియు కలిసి పనిచేయడానికి అవసరమైన సమాచారాన్ని కలిగి ఉన్నప్పుడు, సహకారం మరింత సులభం మరియు ప్రభావవంతంగా ఉంటుంది.

- విభిన్న వ్యక్తుల మధ్య సంభాషణను ప్రోత్సహించండి. విభిన్న నేపథ్యాలు మరియు అభిప్రాయాల నుండి వచ్చిన వ్యక్తులు కలిసి పనిచేస్తే, వారు మరింత సృజనాత్మక మరియు సమర్థవంతమైన పరిష్కారాలను కనుగొనగలరు.

- సహకారం మరియు టీమ్‌వర్క్‌కు ప్రత్యేక గుర్తింపు మరియు ప్రోత్సాహాన్ని ఇవ్వండి. వ్యక్తులు మరియు సమూహాలు తమ సహకారం మరియు టీమ్‌వర్క్ కోసం గుర్తింపు మరియు

ప్రోత్సాహాన్ని అందుకున్నప్పుడు, వారు ఈ ప్రవర్తనను కొనసాగించే అవకాశం ఉంది.

సహకారం మరియు టీమ్‌వర్క్‌ను ప్రోత్సహించడం వల్ల సంస్థలు మరియు సమాజాలు అనేక ప్రయోజనాలను పొందవచ్చు. ఇది మరింత సమర్థవంతమైన మరియు సృజనాత్మకమైన పనిని ప్రోత్సహిస్తుంది, ఇది ఉత్పాదకతను పెంచుతుంది మరియు విజయాన్ని పెంచుతుంది. ఇది ఉద్యోగుల మరియు సభ్యుల మధ్య సంబంధాలను మెరుగుపరుస్తుంది మరియు సహకార భావాన్ని పెంచుతుంది. ఇది విభిన్న వ్యక్తుల మరియు సంస్కృతుల మధ్య అవగాహన మరియు సహనాన్ని పెంచుతుంది.

సహకారం మరియు టీమ్‌వర్క్ అనేవి మన జీవితంలో అన్ని రంగాలలో ముఖ్యమైన నైపుణ్యాలు. వీటిని ప్రోత్సహించడం ద్వారా, మనం మరింత సమర్థవంతమైన మరియు సమగ్రమైన సమాజాన్ని సృష్టించడంలో సహాయపడవచ్చు.

బహిరంగ కమ్యూనికేషన్ మరియు ఫీడ్‌బ్యాక్‌ను ప్రోత్సహించడం

బహిరంగ కమ్యూనికేషన్ అనేది వ్యక్తులు లేదా సమూహాలు వ్యక్త ప్రదేశంలో సమాచారాన్ని పంచుకోవడం. ఇది సంభాషణలు, సమావేశాలు, ప్రసంగాలు మరియు ఇతర రకాల సమావేశాల ద్వారా జరుగుతుంది. ఫీడ్‌బ్యాక్ అనేది ఒక వ్యక్తి లేదా సమూహం యొక్క పని లేదా ప్రదర్శన గురించి ఇతర వ్యక్తి లేదా సమూహం నుండి ఇచ్చిన సమాచారం.

బహిరంగ కమ్యూనికేషన్ మరియు ఫీడ్‌బ్యాక్‌ను ప్రోత్సహించడం అనేది ఏదైనా సంస్థ లేదా సమాజంలో విజయానికి ముఖ్యమైన అంశం. ఇది మరింత సమర్థవంతమైన మరియు సృజనాత్మకమైన పనిని ప్రోత్సహిస్తుంది, ఇది ఉత్పాదకతను పెంచుతుంది మరియు విజయాన్ని పెంచుతుంది. ఇది ఉద్యోగుల మరియు సభ్యుల మధ్య సంబంధాలను మెరుగుపరుస్తుంది మరియు సహకార భావాన్ని పెంచుతుంది. ఇది విభిన్న వ్యక్తుల మరియు సంస్కృతుల మధ్య అవగాహన మరియు సహనాన్ని పెంచుతుంది.

బహిరంగ కమ్యూనికేషన్ మరియు ఫీడ్‌బ్యాక్‌ను ప్రోత్సహించడానికి కొన్ని మార్గాలు ఇక్కడ ఉన్నాయి:

- స్పష్టమైన మరియు న్యాయమైన కమ్యూనికేషన్ విధానాలను అభివృద్ధి చేయండి. ఈ విధానాలు స్పష్టమైన లక్ష్యాలు మరియు విలువలను నిర్వచించాలి, మరియు అవి అన్ని స్థాయిల వ్యక్తులకు అందుబాటులో ఉండాలి.

- బహిరంగ కమ్యూనికేషన్‌కు ప్రోత్సాహం ఇవ్వండి. ఉద్యోగులు మరియు సభ్యులకు బహిరంగంగా మాట్లాడటానికి మరియు

వారి ఆలోచనలను పంచుకోవడానికి సురక్షితమైన మరియు మద్దతు ఇచ్చే వాతావరణాన్ని సృష్టించండి.

ఫీడ్‌బ్యాక్‌ను సానుకూల మరియు నిర్మాణాత్మకంగా అందించండి. ఫీడ్‌బ్యాక్ ఇచ్చేటప్పుడు, సానుకూల మరియు నిర్మాణాత్మకంగా ఉండటం ముఖ్యం. ఫీడ్‌బ్యాక్ ప్రతికూలంగా లేదా విమర్శనాత్మకంగా ఉండకూడదు.

ఉద్యోగి యొక్క యోగ◌ాలను గుర్తించడం మరియు రివార్డ్ చేయడం

ఉద్యోగి యొక్క యోగ◌ాలను గుర్తించడం మరియు రివార్డ్ చేయడం అనేది ఏదైనా సంస్థ లేదా సమాజంలో విజయానికి ముఖ్యమైన అంశం. ఇది ఉద్యోగులను మరింత ఉత్పాదకంగా మరియు సృజనాత్మకంగా చేస్తుంది, ఇది విజయాన్ని పెంచుతుంది. ఇది ఉద్యోగుల మధ్య సానుకూల సంబంధాలను మరియు సహకార భావాన్ని పెంచుతుంది. ఇది ఉద్యోగులకు సంస్థలో వారి పాత్ర గురించి గర్వపడేలా చేస్తుంది.

ఉద్యోగి యొక్క యోగ◌ాలను గుర్తించడానికి మరియు రివార్డ్ చేయడానికి అనేక మార్గాలు ఉన్నాయి. కొన్ని సాధారణ మార్గాలు ఇక్కడ ఉన్నాయి:

- సానుకూల ఫీడ్‌బ్యాక్ ఇవ్వండి. ఉద్యోగులు తమ పని గురించి సానుకూల ఫీడ్‌బ్యాక్ పొందడం చాలా ముఖ్యం. ఇది వారికి తమ పనిలో మంచి పని చేయడానికి ప్రోత్సహిస్తుంది.
- గుర్తింపు మరియు ప్రశంసలను అందించండి. ఉద్యోగులను వారి పని కోసం ప్రశంసించడం చాలా ముఖ్యం. ఇది వారికి తమ పనిలో విలువైనవారు మరియు విలువైనవారని భావించేలా చేస్తుంది.
- మెరుగుదలకు అవకాశాలను అందించండి. ఉద్యోగులకు వారి నైపుణ్యాలు మరియు వృత్తిని అభివృద్ధి చేయడానికి అవకాశాలను అందించడం చాలా ముఖ్యం. ఇది వారికి సంస్థలో విజయం సాధించడానికి అవసరమైన సామర్థ్యాలను అభివృద్ధి చేయడంలో సహాయపడుతుంది.

ఆర్థిక ప్రయోజనాలను అందించండి. ఉద్యోగులకు ఆర్థిక ప్రయోజనాలను అందించడం చాలా ముఖ్యం. ఇది వారికి సంస్థలో వారి పాత్ర గురించి గర్వపడేలా చేస్తుంది.

విజయాలు మరియు మైలురాయిలను జరుపుకోవడం

విజయాలు మరియు మైలురాయిలను జరుపుకోవడం అనేది చాలా ముఖ్యం. ఇది మనకు మరియు మన చుట్టూ ఉన్నవారికి అనేక ప్రయోజనాలను అందిస్తుంది.

విజయాలను జరుపుకోవడం వల్ల మనకు కింది ప్రయోజనాలు ఉంటాయి:

- మనం చేసిన పని గురించి గర్వపడేలా చేస్తుంది.
- మనం మరింత ఉత్సాహంగా మరియు ప్రేరేపితులవుతాము.
- మనం మరింత సానుకూల మరియు ఆశాజనకంగా ఉంటాము.

మైలురాయిలను జరుపుకోవడం వల్ల మనకు కింది ప్రయోజనాలు ఉంటాయి:

- మనం ముందుకు సాగడానికి మరియు మన లక్ష్యాలను చేరుకోవడానికి ప్రోత్సహిస్తుంది.
- మనం మరింత స్థిరంగా మరియు దృఢంగా ఉంటాము.
- మనం మరింత స్వీయ-విశ్వాసంతో ఉంటాము.

విజయాలు మరియు మైలురాయిలను జరుపుకోవడానికి అనేక మార్గాలు ఉన్నాయి. కొన్ని సాధారణ మార్గాలు ఇక్కడ ఉన్నాయి:

- స్వీయ-ప్రశంస లేదా గుర్తింపును అందించండి.
- స్నేహితులు, కుటుంబం లేదా సహోద్యోగులతో సమయం గడపండి.

మీరు ఇష్టపడేదాన్ని చేయండి.

మీరు సాధించిన దాని గురించి ఒక చిన్న స్క్రిప్ట్ లేదా ఉపన్యాసాన్ని రాయండి.

మీరు విజయాలు మరియు మైలురాయిలను ఎలా జరుపుకోవాలో మీకు ఖచ్చితంగా తెలియకపోతే, ఇక్కడ కొన్ని ఆలోచనలు ఉన్నాయి:

మీరు ఎలా జరుపుకోవాలో మీరు ఏమి ఆనందిస్తారో ఆలోచించండి.

మీరు ఎవరితో జరుపుకోవాలో ఆలోచించండి.

మీరు ఎక్కడ జరుపుకోవాలో ఆలోచించండి.

వివాదాలను సృజనాత్మకంగా పరిష్కరించడం

వివాదాలు జీవితంలో ఒక సాధారణ భాగం. అవి వ్యక్తిగత, వృత్తిపరమైన లేదా రాజకీయ రంగాలలో సంభవించవచ్చు. వివాదాలను పరిష్కరించడానికి అనేక మార్గాలు ఉన్నాయి, కానీ సృజనాత్మక పద్ధతులు అత్యంత ప్రభావవంతమైనవిగా పరిగణించబడతాయి.

సృజనాత్మక వివాద పరిష్కారం అనేది వివాదాన్ని పరిష్కరించడానికి కొత్త మరియు విభిన్న పద్ధతులను ఉపయోగించడం. ఇది సాంప్రదాయ పద్ధతుల నుండి వేరుగా ఉంటుంది, ఇవి తరచుగా విజయవంతం కావడానికి వివాదంలో ఉన్న అన్ని పక్షాల నుండి రాజీ లేదా ఒప్పందానికి రావాలని అవసరం.

సృజనాత్మక వివాద పరిష్కారం యొక్క కొన్ని ప్రయోజనాలు ఇక్కడ ఉన్నాయి:

- ఇది వివాదంలో ఉన్న అన్ని పక్షాలకు అంగీకారయోగ్యమైన పరిష్కారానికి దారితీస్తుంది.
- ఇది వివాదాన్ని స్థిరంగా పరిష్కరిస్తుంది, ఇది భవిష్యత్తులో వివాదాలను నివారించడంలో సహాయపడుతుంది.
- ఇది వివాదంలో ఉన్న అన్ని పక్షాల మధ్య సానుకూల సంబంధాలను నిర్మించడంలో సహాయపడుతుంది.

సృజనాత్మక వివాద పరిష్కారానికి అనేక విధానాలు ఉన్నాయి. కొన్ని సాధారణ పద్ధతులు ఇక్కడ ఉన్నాయి:

- సమస్యను కొత్త కోణం నుండి చూడండి.

వివాదంలో ఉన్న అన్ని పక్షాల అవసరాలు మరియు ఆందోళనలను అర్థం చేసుకోండి.

వివాదాన్ని పరిష్కరించడానికి కొత్త మరియు విభిన్న పరిష్కారాలను కనుగొనడానికి కృషి చేయండి.

సృజనాత్మక వివాద పరిష్కారం అనేది నైపుణ్యం మరియు సామర్థ్యం అవసరం. అయితే, ఈ నైపుణ్యాలను అభివృద్ధి చేయడానికి అనేక మార్గాలు ఉన్నాయి.

సృజనాత్మక వివాద పరిష్కారం నేర్చుకోవడానికి కొన్ని చిట్కాలు ఇక్కడ ఉన్నాయి:

వివాదాల గురించి చదవండి మరియు నేర్చుకోండి.

వివాద పరిష్కారంలో నైపుణ్యం కలిగిన వ్యక్తుల నుండి సలహా మరియు మార్గదర్శకత్వం పొందండి.

వివాద పరిష్కార శిక్షణ కార్యక్రమాలలో పాల్గొనండి.

Chapter 4: Leading for Happiness and Productivity

అధ్యాయం 4: సంతోషం మరియు ఉత్పాదకత కోసం నాయకత్వం

సానుకూల పని వాతావరణాన్ని సృష్టించడంలో నాయకుల పాత్ర

సానుకూల పని వాతావరణం అనేది ఒక సంస్థ లేదా సమూహంలో ఉద్యోగులు మరియు సభ్యులు ఒకరినొకరు గౌరవించుకుంటారు మరియు సహకారంతో పనిచేసే వాతావరణం. సానుకూల పని వాతావరణం ఉంటే, ఉద్యోగులు మరియు సభ్యులు మరింత ఉత్పాదకంగా మరియు సృజనాత్మకంగా ఉంటారు, ఇది విజయానికి దారితీస్తుంది.

సానుకూల పని వాతావరణాన్ని సృష్టించడంలో నాయకులు కీలక పాత్ర పోషిస్తారు. నాయకులు తమ మాటలు మరియు చర్యల ద్వారా పని వాతావరణాన్ని ప్రభావితం చేస్తారు. నాయకులు సానుకూల మరియు ప్రేరేపించే అనుభవాన్ని సృష్టించడానికి కృషి చేస్తే, ఉద్యోగులు మరియు సభ్యులు మరింత సంతృప్తికరమైన మరియు ఉత్పాదకమైన జీవితాన్ని కలిగి ఉంటారు.

సానుకూల పని వాతావరణాన్ని సృష్టించడంలో నాయకులు చేయగలిగే కొన్ని విషయాలు ఇక్కడ ఉన్నాయి:

సానుకూల మరియు ప్రేరేపించే ఉదాహరణను ఉంచండి. నాయకులు సానుకూల మరియు ఆశాజనకంగా ఉంటే, అది వారి అనుచరులను ప్రేరేపిస్తుంది.

ఉద్యోగులను మరియు సభ్యులను విలువైన వ్యక్తులుగా చూడండి. ఉద్యోగులను మరియు సభ్యులను వారి పని మరియు వ్యక్తిగత జీవితాలలో మద్దతు ఇవ్వండి.

సమాచారాన్ని ఓపెన్ మరియు స్పష్టంగా ఉంచండి. ఉద్యోగులు మరియు సభ్యులు సంస్థ యొక్క లక్ష్యాలు మరియు ప్రణాళికల గురించి తెలుసుకోవాలి.

సహకారం మరియు సహకారాన్ని ప్రోత్సహించండి. ఉద్యోగుల మరియు సభ్యుల మధ్య సానుకూల సంబంధాలను నిర్మించడానికి సహాయం చేయండి.

సమస్యలను సానుకూలంగా పరిష్కరించడానికి కృషి చేయండి. వివాదాలను నివారించడానికి మరియు వాటిని సృజనాత్మకంగా పరిష్కరించడానికి కృషి చేయండి.

ఉద్యోగి నిశ్చితార్థాన్ని పెంపొందించడానికి ప్రభావవంతమైన నాయకత్వ శైలులు

ఉద్యోగి నిశ్చితార్థం అనేది ఒక ఉద్యోగి తన సంస్థలో పనిచేయడానికి కలిగి ఉన్న కట్టుబడి. ఉద్యోగి నిశ్చితార్థం ఉన్న ఉద్యోగులు తమ పనిలో మరింత ఉత్పాదకంగా ఉంటారు, తక్కువ విధ్వంసకరంగా ఉంటారు మరియు తక్కువ ఉద్యోగ విరమణను ఎంచుకుంటారు.

ఉద్యోగి నిశ్చితార్థాన్ని పెంపొందించడానికి, నాయకులు ప్రభావవంతమైన నాయకత్వ శైలులను ఉపయోగించాలి. ప్రభావవంతమైన నాయకత్వ శైలులు ఉద్యోగులకు వారి పనిలో విలువైనది మరియు ముఖ్యమైనది అని భావించేలా చేస్తాయి.

ఉద్యోగి నిశ్చితార్థాన్ని పెంపొందించడానికి కొన్ని ప్రభావవంతమైన నాయకత్వ శైలులు ఇక్కడ ఉన్నాయి:

- వ్యక్తిగత శ్రద్ధ: నాయకులు తమ ఉద్యోగులను వ్యక్తిగతంగా తెలుసుకోవడానికి మరియు వారి వ్యక్తిగత లక్ష్యాలు మరియు ఆకాంక్షలను అర్థం చేసుకోవడానికి సమయం కేటాయించాలి. ఇది ఉద్యోగులకు వారి నాయకుడిపై విశ్వాసాన్ని మరియు కట్టుబడిని పెంచుతుంది.

- సానుకూల ధోరణి: నాయకులు సానుకూల మరియు ఆశాజనకంగా ఉండాలి. ఇది ఉద్యోగులను సానుకూలంగా ఉండటానికి మరియు వారి పనిలో విజయం సాధించడానికి ప్రేరేపిస్తుంది.

స్పష్టమైన మార్గదర్శకత్వం: నాయకులు తమ ఉద్యోగులకు స్పష్టమైన మార్గదర్శకత్వాన్ని అందించాలి. ఇది ఉద్యోగులకు వారి పనిలో సమర్ధవంతంగా ఉండటానికి సహాయపడుతుంది.

సమాచార మరియు ప్రతిక్రియ: నాయకులు తమ ఉద్యోగులతో సమాచారాన్ని పంచుకోవాలి మరియు వారి పనిపై ప్రతిక్రియ ఇవ్వాలి. ఇది ఉద్యోగులకు వారి పనిలో విలువైనది అని భావించేలా చేస్తుంది.

గుర్తింపు మరియు ప్రోత్సాహం: నాయకులు తమ ఉద్యోగుల యొక్క సహకారాన్ని గుర్తించడానికి మరియు ప్రోత్సహించడానికి సమయం కేటాయించాలి. ఇది ఉద్యోగులను మరింత ఉత్పాదకంగా మరియు సృజనాత్మకంగా ఉండటానికి ప్రేరేపిస్తుంది.

ఉద్యోగులకు సాధికారత కల్పించడం మరియు స్వయంప్రతిపత్తిని అందించడం

ఉద్యోగులకు సాధికారత కల్పించడం మరియు స్వయంప్రతిపత్తిని అందించడం అనేది ఒక సంస్థ యొక్క విజయానికి ముఖ్యమైన అంశం. సాధికారత కలిగిన మరియు స్వయంప్రతిపత్తులైన ఉద్యోగులు మరింత ఉత్పాదకంగా, సృజనాత్మకంగా మరియు సంతోషంగా ఉంటారు.

ఉద్యోగులకు సాధికారత కల్పించడం అంటే వారికి వారి పనిపై నియంత్రణ మరియు బాధ్యతను ఇవ్వడం. ఇది వారికి వారి పనిలో మరింత శ్రద్ధ వహించడానికి మరియు వారి స్వంత నిర్ణయాలు తీసుకోవడానికి అనుమతిస్తుంది.

ఉద్యోగులకు స్వయంప్రతిపత్తిని అందించడం అంటే వారికి వారి పనిని ఎలా చేయాలో ఎంచుకోవడానికి స్వేచ్ఛ ఇవ్వడం. ఇది వారికి మరింత సృజనాత్మకంగా మరియు సమర్థవంతంగా ఉండటానికి అనుమతిస్తుంది.

ఉద్యోగులకు సాధికారత కల్పించడానికి మరియు స్వయంప్రతిపత్తిని అందించడానికి అనేక మార్గాలు ఉన్నాయి. కొన్ని సాధారణ మార్గాలు ఇక్కడ ఉన్నాయి:

- స్పష్టమైన లక్ష్యాలు మరియు బాధ్యతలను నిర్వచించండి.
- ఉద్యోగులకు సమాచారం మరియు శిక్షణను అందించండి.
- ఉద్యోగులను వారి పనిలో పాల్గొనడానికి ప్రోత్సహించండి.
- ఉద్యోగుల యొక్క సహకారాన్ని గుర్తించండి మరియు ప్రోత్సహించండి.

ఉద్యోగులకు సాధికారత కల్పించడం మరియు స్వయంప్రతిపత్తిని అందించడం ద్వారా, సంస్థలు వారి ఉద్యోగులను మరింత ఉత్పాదకంగా, సృజనాత్మకంగా మరియు సంతోషంగా మార్చగలవు. ఇది సంస్థలకు పెరుగుదల మరియు విజయానికి దారితీస్తుంది.

ఉద్యోగులకు సాధికారత కల్పించడం మరియు స్వయంప్రతిపత్తిని అందించడం యొక్క కొన్ని ప్రయోజనాలు ఇక్కడ ఉన్నాయి:

ఉత్పత్తిత్వం మరియు సామర్థ్యం పెరుగుతుంది.

సృజనాత్మకత మరియు నూతన ఆలోచనలు పెరుగుతాయి.

ఉద్యోగుల నిశ్చితార్థం మరియు సంతోషం పెరుగుతాయి.

సంస్థలలో విధ్వంసకరత తగ్గుతుంది.

వృద్ధి మరియు అభివృద్ధి కోసం ఉద్యోగులకు శిక్షణ మరియు మార్గదర్శకత్వం

వృద్ధి మరియు అభివృద్ధి కోసం ఉద్యోగులకు శిక్షణ మరియు మార్గదర్శకత్వం అనేది ఒక సంస్థ యొక్క విజయానికి ముఖ్యమైన అంశం. శిక్షణ మరియు మార్గదర్శకత్వం ఉద్యోగులకు వారి నైపుణ్యాలను మెరుగుపరచడానికి, వారి వృత్తిపరమైన అభివృద్ధిని ప్రోత్సహించడానికి మరియు సంస్థలో వారి పాత్రలో విజయం సాధించడానికి సహాయపడుతుంది.

ఉద్యోగులకు శిక్షణ మరియు మార్గదర్శకత్వాన్ని అందించడానికి అనేక మార్గాలు ఉన్నాయి. కొన్ని సాధారణ మార్గాలు ఇక్కడ ఉన్నాయి:

- అంతర్గత శిక్షణ కార్యక్రమాలు: సంస్థలు తమ ఉద్యోగులకు అంతర్గతంగా శిక్షణ కార్యక్రమాలను అందించవచ్చు. ఈ కార్యక్రమాలు ఉద్యోగులకు కొత్త నైపుణ్యాలను నేర్పడానికి లేదా వారి ప్రస్తుత నైపుణ్యాలను మెరుగుపరచడానికి సహాయపడతాయి.

- బాహ్య శిక్షణ కార్యక్రమాలు: సంస్థలు తమ ఉద్యోగులను బాహ్య శిక్షణ కార్యక్రమాలకు పంపవచ్చు. ఈ కార్యక్రమాలు ఉద్యోగులకు నూతన నైపుణ్యాలను నేర్పడానికి లేదా వారి ప్రస్తుత నైపుణ్యాలను మెరుగుపరచడానికి సహాయపడతాయి.

- ప్రత్యేక ప్రాజెక్ట్లలో పని చేయడానికి అవకాశం: సంస్థలు తమ ఉద్యోగులకు ప్రత్యేక ప్రాజెక్ట్లలో పని చేయడానికి అవకాశం ఇవ్వవచ్చు. ఈ అవకాశాలు ఉద్యోగులకు కొత్త నైపుణ్యాలను నేర్చుకోవడానికి మరియు వారి వృత్తిపరమైన అభివృద్ధిని ప్రోత్సహించడానికి సహాయపడతాయి.

మార్గదర్శకత్వం: నాయకులు మరియు సీనియర్ ఉద్యోగులు తమ అనుభవాన్ని మరియు జ్ఞానాన్ని తమ యువతులు మరియు నూతన ఉద్యోగులతో పంచుకోవడం ద్వారా వారికి మార్గదర్శకత్వం ఇవ్వవచ్చు.

ఉద్యోగులకు శిక్షణ మరియు మార్గదర్శకత్వాన్ని అందించడం యొక్క కొన్ని ప్రయోజనాలు ఇక్కడ ఉన్నాయి:

ఉత్పాదకత మరియు సామర్థ్యం పెరుగుతాయి.

సృజనాత్మకత మరియు నూతన ఆలోచనలు పెరుగుతాయి.

ఉద్యోగుల నిశ్చితార్థం మరియు సంతోషం పెరుగుతాయి.

సంస్థలలో విధ్వంసకరత తగ్గుతుంది.

అభ్యాసం మరియు అభివృద్ధి అవకాశాలను సులభతరం చేయడం

అభ్యాసం మరియు అభివృద్ధి అవకాశాలు ఉద్యోగులకు వారి వృత్తిపరమైన లక్ష్యాలను సాధించడానికి మరియు సంస్థలో విజయం సాధించడానికి సహాయపడతాయి. అయితే, ఈ అవకాశాలను సులభతరం చేయడం కష్టమవుతుంది.

అభ్యాసం మరియు అభివృద్ధి అవకాశాలను సులభతరం చేయడానికి కొన్ని మార్గాలు ఇక్కడ ఉన్నాయి:

- అవకాశాలను క్రమబద్ధీకరించండి: అభ్యాసం మరియు అభివృద్ధి అవకాశాలను క్రమబద్ధీకరించడం ద్వారా, ఉద్యోగులు తమ అవసరాలకు అనుగుణంగా అవకాశాలను కనుగొనడానికి సులభతరం అవుతుంది.
- అవకాశాల గురించి అవగాహన పెంచండి: ఉద్యోగులకు అవకాశాల గురించి అవగాహన పెంచడం ద్వారా, వారు తమకు అందుబాటులో ఉన్న అవకాశాలను ఉపయోగించుకోవడానికి ఎక్కువ అవకాశం ఉంటుంది.
- అవకాశాలకు ప్రోత్సహించండి: ఉద్యోగులను అవకాశాలకు ప్రోత్సహించడం ద్వారా, వారు తమ వృత్తిపరమైన అభివృద్ధిని ప్రోత్సహించుకోవడానికి ఎక్కువ అవకాశం ఉంటుంది.

అభ్యాసం మరియు అభివృద్ధి అవకాశాలను సులభతరం చేయడానికి కొన్ని నిర్దిష్ట ఉదాహరణలు ఇక్కడ ఉన్నాయి:

- ఒక సంస్థ అన్ని అభ్యాసం మరియు అభివృద్ధి అవకాశాలను ఒకే ప్లాట్‌ఫారమ్‌లో కలిగి ఉండవచ్చు. ఈ ప్లాట్‌ఫారమ్

ఉద్యోగులకు అవకాశాలను శోధించడానికి, దరఖాస్తు చేయడానికి మరియు అవకాశాల గురించి అవగాహన పెంచుకోవడానికి సహాయపడుతుంది.

ఒక సంస్థ అభ్యాసం మరియు అభివృద్ధి అవకాశాల గురించి ఉద్యోగులకు సమయోచిత సమాచారాన్ని అందించవచ్చు. ఇది ఉద్యోగులకు అవకాశాల గురించి తెలుసుకోవడానికి మరియు వాటిని ఉపయోగించుకోవడానికి అవకాశాన్ని ఇస్తుంది.

ఒక సంస్థ అభ్యాసం మరియు అభివృద్ధి అవకాశాలకు ఉద్యోగులను ప్రోత్సహించడానికి కొన్ని ప్రోత్సాహకాలను అందించవచ్చు. ఇది ఉద్యోగులను అవకాశాలకు దరఖాస్తు చేయడానికి మరియు వాటిని పూర్తి చేయడానికి ప్రోత్సహిస్తుంది.

Chapter 5: Sustaining a Happy and Productive Work Environment

అధ్యాయం 5: సంతోషకరమైన మరియు ఉత్పాదక పని వాతావరణాన్ని నిలబెట్టుకోవడం

ఉద్యోగి సంతోషం మరియు ఉత్పాదకతను కొలవడం మరియు ట్రాక్ చేయడం

ఉద్యోగి సంతోషం మరియు ఉత్పాదకత అనేవి ఒక సంస్థ యొక్క విజయానికి ముఖ్యమైన అంశాలు. సంతోషంగా మరియు ఉత్పాదకంగా ఉండే ఉద్యోగులు మరింత సమర్థవంతంగా పని చేస్తారు మరియు సంస్థకు మరింత విలువను అందిస్తారు.

ఉద్యోగి సంతోషం మరియు ఉత్పాదకతను కొలవడానికి మరియు ట్రాక్ చేయడానికి అనేక మార్గాలు ఉన్నాయి. కొన్ని సాధారణ పద్ధతులు ఇక్కడ ఉన్నాయి:

- ఉద్యోగి సంతృప్తి సర్వే: ఇది ఉద్యోగుల నుండి వారి పనితో, వారి నాయకత్వంతో మరియు సంస్థతో వారి సంతృప్తి గురించి సమాచారాన్ని సేకరించడానికి ఉపయోగించే ఒక ప్రాథమిక పద్ధతి.
- ఉత్పాదకత కొలతలు: ఈ కొలతలు ఉద్యోగులు తమ పనిని ఎంత సమర్థవంతంగా పూర్తి చేస్తున్నారో కొలుస్తాయి. ఉదాహరణకు, సంస్థలు పని పూర్తి చేయడానికి తీసుకునే

సమయం, తప్పులు లేదా లోపాలు మరియు ఉత్పత్తిత్వం యొక్క ఇతర కొలతలను చూడవచ్చు.

కస్టమర్ సంతృప్తి సర్వే: ఈ సర్వేలు కస్టమర్లు సంస్థ యొక్క ఉత్పత్తులు లేదా సేవలతో ఎంత సంతోషంగా ఉన్నారో కొలుస్తాయి. ఈ సంతృప్తి కూడా ఉద్యోగి సంతోషంతో సంబంధం కలిగి ఉండవచ్చు.

ఉద్యోగి సంతోషం మరియు ఉత్పాదకతను కొలవడానికి ఉపయోగించే నిర్దిష్ట పద్ధతులు సంస్థ యొక్క పరిమాణం, కార్యకలాపాలు మరియు లక్ష్యాలపై ఆధారపడి ఉంటాయి. అయితే, ఏ పద్ధతిని ఉపయోగించినా, సంస్థలు క్రమం తప్పకుండా సంస్థ యొక్క పురోగతిని ట్రాక్ చేయడానికి మరియు మెరుగుదలలను చేపట్టడానికి ఈ సమాచారాన్ని ఉపయోగించాలి.

ఉద్యోగి సంతోషం మరియు ఉత్పాదకతను పెంచడానికి సంస్థలు చేయగలిగే కొన్ని విషయాలు ఇక్కడ ఉన్నాయి:

ఉద్యోగులకు వారి పనిలో ప్రాముఖ్యతను అనుభూతి చెందేలా చేయండి.

ఉద్యోగులకు సమర్థవంతమైన పని పరిస్థితులను అందించండి.

ఉద్యోగులకు అభివృద్ధి మరియు అవకాశాలను అందించండి.

ఉద్యోగులకు మద్దతు మరియు గుర్తింపును అందించండి.

ఫీడ్‌బ్యాక్ మరియు పునరావృతం ద్వారా పని వాతావరణాన్ని నిరంతరం మెరుగుపరచడం

పని వాతావరణం అనేది ఒక సంస్థ యొక్క విజయానికి ముఖ్యమైన అంశం. సానుకూలమైన పని వాతావరణంలో, ఉద్యోగులు సంతోషంగా మరియు ఉత్పాదకంగా ఉంటారు. ప్రతికూలమైన పని వాతావరణంలో, ఉద్యోగులు నిరుత్సాహంగా మరియు ఉత్పాదకత తగ్గుతుంది.

ఫీడ్‌బ్యాక్ మరియు పునరావృతం ద్వారా పని వాతావరణాన్ని నిరంతరం మెరుగుపరచవచ్చు. ఫీడ్‌బ్యాక్ అనేది ఉద్యోగుల నుండి సమాచారాన్ని సేకరించడం మరియు దానిని వారి పనిని మెరుగుపరచడానికి ఉపయోగించడం. పునరావృతం అనేది మార్పులను అమలు చేయడం మరియు వాటి ప్రభావాన్ని పర్యవేక్షించడం.

ఫీడ్‌బ్యాక్ మరియు పునరావృతం ద్వారా పని వాతావరణాన్ని మెరుగుపరచడానికి కొన్ని నిర్దిష్ట మార్గాలు ఇక్కడ ఉన్నాయి:

- ఉద్యోగుల నుండి నిరంతరం ఫీడ్‌బ్యాక్ సేకరించండి. ఇది ఉద్యోగుల సంతోషం, ఉత్పాదకత మరియు సంస్థ యొక్క నిర్వహణ గురించి సమాచారాన్ని అందించడానికి సహాయపడుతుంది.

- ఫీడ్‌బ్యాక్‌ను సానుకూల మరియు నిర్మాణాత్మకంగా ఉంచండి. ఉద్యోగులను ప్రోత్సహించడానికి మరియు మెరుగుపడటానికి సహాయపడటానికి ఫీడ్‌బ్యాక్‌ను ఉపయోగించండి.

ఫీడ్‌బ్యాక్‌కు ప్రతిస్పందించండి మరియు దానిని అమలు చేయండి. ఉద్యోగుల నుండి మీరు సేకరించిన ఫీడ్‌బ్యాక్‌ను తీసుకోండి మరియు మీ సంస్థలో మెరుగుదలలను చేపట్టండి.

ఫీడ్‌బ్యాక్ మరియు పునరావృతం ద్వారా పని వాతావరణాన్ని మెరుగుపరచడం అనేది ఒక నిరంతరం కొనసాగుతున్న ప్రక్రియ. మీ సంస్థ యొక్క అవసరాలకు అనుగుణంగా మీరు మీ ప్రయత్నాలను సర్దుబాటు చేయడానికి క్రమం తప్పకుండా ఫీడ్‌బ్యాక్‌ను సేకరించడం మరియు అమలు చేయడం ముఖ్యం.

ఫీడ్‌బ్యాక్ మరియు పునరావృతం ద్వారా పని వాతావరణాన్ని మెరుగుపరచడం యొక్క కొన్ని ప్రయోజనాలు ఇక్కడ ఉన్నాయి:

ఉద్యోగి సంతోషం పెరుగుతుంది.
ఉత్పాదకత పెరుగుతుంది.
సృజనాత్మకత మరియు నూతన ఆలోచనలు పెరుగుతాయి.
కస్టమర్ సంతృప్తి పెరుగుతుంది.

సానుకూల పని ప్రదేశాన్ని నిర్వహించడానికి ఉన్న సవాళ్లు మరియు అడ్డంకులను పరిష్కరించడం

సానుకూల పని ప్రదేశం అనేది ఉద్యోగులు సంతోషంగా మరియు ఉత్పాదకంగా ఉన్న ప్రదేశం. ఇది ఒక సంస్థ యొక్క విజయానికి ముఖ్యమైన అంశం.

సానుకూల పని ప్రదేశాన్ని నిర్వహించడానికి అనేక సవాళ్లు మరియు అడ్డంకులు ఉన్నాయి. కొన్ని సాధారణ సవాళ్లు మరియు అడ్డంకులు ఇక్కడ ఉన్నాయి:

- సంస్కృతి మరియు విలువలలో తేడాలు: సంస్థలు వివిధ సంస్కృతుల నుండి వచ్చిన ఉద్యోగులను కలిగి ఉన్నప్పుడు, సానుకూల పని ప్రదేశాన్ని సృష్టించడం కష్టం కావచ్చు.
- ఒత్తిడి మరియు బాధ్యతలు: ఉద్యోగులు ఎక్కువ ఒత్తిడిని అనుభవిస్తే, సానుకూల పని ప్రదేశాన్ని నిర్వహించడం కష్టం కావచ్చు.
- సంకీర్ణ నిర్వహణ: పెద్ద సంస్థలలో, సానుకూల పని ప్రదేశాన్ని నిర్వహించడం కష్టం కావచ్చు.

సానుకూల పని ప్రదేశాన్ని నిర్వహించడానికి ఉన్న సవాళ్లు మరియు అడ్డంకులను పరిష్కరించడానికి కొన్ని మార్గాలు ఇక్కడ ఉన్నాయి:

- సంస్కృతి మరియు విలువలను స్పష్టంగా నిర్వచించండి: సంస్థ యొక్క సంస్కృతి మరియు విలువలను స్పష్టంగా నిర్వచించడం ద్వారా, అవి అన్ని

ఉద్యోగులకు తెలుసుకోవడానికి మరియు అర్థం చేసుకోవడానికి సులభం అవుతుంది.

ఉద్యోగులను వినండి: ఉద్యోగుల నుండి ఫీడ్‌బ్యాక్ సేకరించడం ద్వారా, సంస్థలు వారి అవసరాలు మరియు ఆందోళనలను అర్థం చేసుకోవడానికి మరియు వాటిని పరిష్కరించడానికి మార్గాలను కనుగొనవచ్చు.

సహకారాన్ని ప్రోత్సహించండి: ఉద్యోగుల మధ్య సహకారాన్ని ప్రోత్సహించడం ద్వారా, సంస్థలు సానుకూల మరియు మద్దతు ఇచ్చే పని వాతావరణాన్ని సృష్టించవచ్చు.

ఉద్యోగులకు మద్దతు ఇవ్వండి: ఉద్యోగులకు మద్దతు ఇవ్వడం ద్వారా, సంస్థలు ఒత్తిడి మరియు బాధ్యతలను తగ్గించడంలో సహాయపడవచ్చు.

ఉద్యోగుల పెరుగుదల మరియు అభివృద్ధి కోసం కోచింగ్ మరియు మెంటార్‌షిప్

ఉద్యోగుల పెరుగుదల మరియు అభివృద్ధి అనేది ఒక సంస్థ యొక్క విజయానికి ముఖ్యమైన అంశం. ఉద్యోగులు తమ నైపుణ్యాలను మెరుగుపరుచుకుంటే మరియు వారి వృత్తిపరమైన లక్ష్యాలను సాధించడానికి సహాయం చేయడానికి సంస్థలు కోచింగ్ మరియు మెంటార్‌షిప్ వంటి వివిధ పద్ధతులను ఉపయోగిస్తాయి.

కోచింగ్ అనేది ఒక ప్రక్రియ, ఇందులో ఒక కోచ్ ఉద్యోగిని వారి వ్యక్తిగత మరియు వృత్తిపరమైన లక్ష్యాలను సాధించడంలో సహాయం చేస్తాడు. కోచింగ్‌లో సాధారణంగా ఉద్యోగి యొక్క బలాలు మరియు బలహీనతలను అర్థం చేసుకోవడం, వారి లక్ష్యాలను నిర్దేశించడం మరియు వాటిని సాధించడానికి ప్రణాళికలు వేయడం వంటి అంశాలు ఉంటాయి.

మెంటార్‌షిప్ అనేది ఒక ప్రక్రియ, ఇందులో ఒక అనుభవజ్ఞుడు వ్యక్తి (మెంటార్) ఒక అనుభవం లేని వ్యక్తి (మెంటీ) కి తమ జ్ఞానం మరియు అనుభవాన్ని పంచుకుంటాడు. మెంటార్‌షిప్‌లో సాధారణంగా మెంటీ యొక్క వృత్తిపరమైన లక్ష్యాలను సాధించడంలో సహాయం చేయడం, వారి నైపుణ్యాలను మెరుగుపరచడం మరియు వారి వృత్తిపరమైన అభివృద్ధిని ప్రోత్సహించడం వంటి అంశాలు ఉంటాయి.

ఉద్యోగుల పెరుగుదల మరియు అభివృద్ధి కోసం కోచింగ్ మరియు మెంటార్‌షిప్ యొక్క ప్రయోజనాలు

ఉద్యోగుల నైపుణ్యాలను మెరుగుపరుస్తుంది. కోచింగ్ మరియు మెంటార్‌షిప్ ఉద్యోగులకు వారి నైపుణ్యాలను మెరుగుపరచడానికి మరియు వారి పనిని మెరుగుపరచడానికి అవసరమైన సలహా మరియు మార్గదర్శకత్వాన్ని అందిస్తాయి.

ఉద్యోగుల వృత్తిపరమైన అభివృద్ధిని ప్రోత్సహిస్తుంది. కోచింగ్ మరియు మెంటార్‌షిప్ ఉద్యోగులకు వారి వృత్తిపరమైన లక్ష్యాలను సాధించడానికి మరియు వారి వృత్తి జీవితంలో విజయం సాధించడానికి సహాయపడతాయి.

ఉద్యోగుల నిబద్ధతను పెంచుతుంది. కోచింగ్ మరియు మెంటార్‌షిప్ ఉద్యోగులకు వారి పనిలో మరింత నిబద్ధతతో ఉండటానికి మరియు సంస్థకు మరింత సమర్పించడానికి ప్రేరణ కల్పిస్తాయి.

వ్యక్తిగత అభ్యాసం మరియు అభివృద్ధి అవకాశాలను సులభతరం చేయడం

వ్యక్తిగత అభ్యాసం మరియు అభివృద్ధి అనేది మన జీవితంలో చాలా ముఖ్యమైన అంశం. ఇది మనకు మన కెరీర్‌లో విజయం సాధించడానికి, మన వ్యక్తిగత లక్ష్యాలను సాధించడానికి మరియు మన జీవితాన్ని మెరుగుపరచడానికి సహాయపడుతుంది.

వ్యక్తిగత అభ్యాసం మరియు అభివృద్ధి అవకాశాలను సులభతరం చేయడానికి అనేక మార్గాలు ఉన్నాయి. కొన్ని సాధారణ మార్గాలు ఇక్కడ ఉన్నాయి:

- అవకాశాలను కనుగొనడం: మీరు ఎటువంటి అవకాశాలను కనుగొనలేకపోతే, మీరు వాటిని ఎలా కనుగొనగలరు? మీరు ఆన్‌లైన్‌లో, మీరు పనిచేసే సంస్థలో లేదా మీ సమాజంలో అవకాశాల కోసం చూడవచ్చు.

- అవకాశాలకు సిద్ధం కావడం: మీరు ఒక అవకాశానికి దరఖాస్తు చేసుకోవాలనుకుంటే, మీరు దానికి సిద్ధంగా ఉండాలి. మీరు అవసరమైన నైపుణ్యాలు మరియు అనుభవాన్ని కలిగి ఉన్నారని నిర్ధారించుకోండి.

- అవకాశాలను అనుసరించడం: మీరు ఒక అవకాశాన్ని కనుగొన్న తర్వాత, దానిని అనుసరించడం ముఖ్యం. మీరు దరఖాస్తు చేసుకోండి మరియు మీరు ఎందుకు అవకాశానికి అర్హులు అని చూపించండి.

వ్యక్తిగత అభ్యాసం మరియు అభివృద్ధి అవకాశాలను సులభతరం చేయడానికి కొన్ని నిర్దిష్ట చిట్కాలు ఇక్కడ ఉన్నాయి:

మీ లక్ష్యాలను నిర్దేశించండి: మీరు ఏమి సాధించాలనుకుంటున్నారో మీకు తెలిస్తే, అవకాశాలను కనుగొనడం మరియు వాటిని అనుసరించడం సులభం అవుతుంది.

మీ నైపుణ్యాలను అంచనా వేయండి: మీరు ఏ నైపుణ్యాలను అభివృద్ధి చేయాలనుకుంటున్నారో తెలుసుకోవడానికి మీ నైపుణ్యాలను అంచనా వేయండి.

మీ సమాజాన్ని అన్వేషించండి: మీ సమాజంలో అందుబాటులో ఉన్న అవకాశాలను తెలుసుకోవడానికి మీ సమయాన్ని కేటాయించండి.

www.ingramcontent.com/pod-product-compliance
Lightning Source LLC
LaVergne TN
LVHW020438080526
838202LV00055B/5255
* 9 7 8 8 1 1 9 6 6 9 1 6 5 *